டாக்டர் ஏபிஜே அப்துல்கலாம் சிறப்பு கட்டுரைகள்-1

வி.எஸ்.ரோமா

ISBN 978-1-63904-418-4

பொருளடக்கம்

1

வெல்ல முடியாததை வெல்வது எப்படி?

உலகின் தலைசிறந்த விஞ்ஞானிகள் இந்தியாவிலும் உருவாக முடி-யும் என்ற

ஆழமான நம்பிக்கையை மாணவர் சமுதாயத்தில் விதைத்து வருகிறார் டாக்டர் அப்துல் கலாம்.

இந்தியாவின் ஒவ்வொரு இடமும் அறிவு மையமாக வேண்டும் என்று கருதும் அவர் தினந்தோறும் சுற்றுப் பயணம் செய்து அறிவு புரட்சி ஏற்படுத்தி வருகிறார். மாணவர், இளைஞர்களுக்காக இங்கு தன் எண்ணங்களை பகிர்ந்து கொள்கிறார்...

மாணவர்களே உங்களுடன் நான் அறிவு தொடர்பாக சில விஷயங்-களை பகிர்ந்து கொள்ள விரும்புகிறேன். அறிவுதான் உங்களை மிகப் பெரியவர்களாக்கும்.

அறிவுதான் வெல்ல முடியாதது என்று கருதப்படுவதை வெல்லக்கூ-டியது. இந்த அறிவு நான்கு அம்சங்களைக் கொண்டது.

1. கற்பனைத் திறன்

2. நேர்மை

3. துணிவு

4. வெல்ல முடியாத சக்தி

இந்த நான்கும் ஒன்று சேர்ந்த குணங்களைக் கொண்டவர்கள் அறி-வில் சிறந்த குடிமகன்களாக திகழ்வார்கள்.

கற்பனைத்திறன் பற்றி கூற வேண்டுமானால்...

கற்றல் தருவது கற்பனைத்திறன்...

கற்பனைத்திறன் தூண்டுவது சிந்தனையை...

சிந்தனை அளிப்பது அறிவு...

அறிவு உங்களை மிகச்சிறந்தவராக்கும்...

நேர்மையின் தெய்வீக அம்சங்கள் பற்றி நாம் அறிந்திருக்கிறோம். அவை...

நீதி நேர்மை குடியிருக்கும் இதயங்களின் நடத்தையில் அழகு மிளிர்கிறது...

நடத்தையில் அழகு மிளிர்கிற இல்லங்களில் நல்லிணக்கம் மலர்கிறது...

நல்லிணக்கம் மலர்கின்ற இல்லங்கள் நிறைந்த தேசத்தில் ஒழுங்கு நிலவுகிறது...

ஒழுங்கு நிலவுகிற தேசங்கள் நிறைந்த உலகத்தில் அமைதி தவழ்கிறது...

இதயம், நடத்தை, தேசம் மற்றும் உலகம் ஆகிய நான்குக்கும் ஓர் அழகான இணைப்பு, தொடர்பு உள்ளது. ஒருநாட்டில் உள்ள அனைவருக்கும் நேர்மை பொதுவானதாக இருக்க வேண்டும். குடும்பத்தில், கல்வியில், சேவையில், தொழிலில் மற்றும் வர்த்தகத்தில் நேர்மை இருக்க வேண்டும்.

நிர்வாகம், அரசியல், அரசு, நீதித்துறை ஆகிய அனைத்திலும் நேர்மை நிலை கொண்டு இருக்க வேண்டும். வெல்ல முடியாத ஒரு சக்தியை அளிக்கவல்ல இந்த நேர்மைதான் இந்தியா வளர்ந்த நாடாக மாறுவதற்கான வல்லமை அளிக்கும்.

துணிவு பற்றியும் நான் உங்களிடம் பகிர்ந்து கொள்ள வேண்டும்.

வித்தியாசமாக சிந்திக்கும் துணிவு

கண்டுபிடிக்கும் துணிவு

இதுவரை யாரும் செல்லாத பாதையில் செல்லும் துணிவு

முடியாதது எது என்பதை அறியும் துணிவு

சிக்கல்களை தீர்க்கும் துணிவு

இவையே இளைஞர்களின் உயிர்மூச்சாக இருக்க வேண்டும்... அவர்கள் வெற்றி பெற வேண்டும்...

மாணவர்களின் முதல் குறிக்கோள் அவர்கள் தங்கள் படிப்பில் சிறந்து விளங்குபவர்களாக இருக்க வேண்டும். நாட்டுக்கான அவர்களது முதல் சேவை இதுதான்.

படிக்கும் காலத்தில் கேள்வி கேட்கும் தன்மை, கற்பனைவளம், தொழில்நுட்ப அறிவு, தொழில்முனையும் திறன் மற்றும் அறவழியிலான

தலைமைப்பண்பு ஆகியன அவரிடத்தே உருவாகியிருக்க வேண்டும். இவை ஐந்தையும் பெற்ற ஒரு மாணவர் தன்னிச்சையாக கற்றுக் கொள்ளக் கூடிய ஒரு மாணவராக வளர்ந்து நிற்பார்.

தன்னைத் தானே இயக்கிக் கொள்ளக்கூடிய, தன்னைத் தானே கட்டுப்படுத்திக் கொள்ளக் கூடிய கற்றுக் கொள்பவராக அவர் உருவாவார். அதிகாரம் பெற்றவரை மதிக்கத் தெரிந்தவராக அவரிடம் முறைப்படி கேள்வி கேட்க தெரிந்தவராக இருப்பார். இவர்களைப் போன்றவர்கள் சேர்ந்துதான் வளமான இந்தியாவை உருவாக்க முடியும்.

இளம் மாணவர்களுக்கு சிறந்த புத்தகங்கள்தான் சரியான பாதையில் அவர்களை இட்டு செல்லும். ஜன்ஸ்டீன் வாழ்க்கையில் அவர் தந்தை வாங்கித் தந்த காம்பஸ்தான் அவரை சிந்திக்க தூண்டியிருக்கிறது. அவரது 12 வயதில் பரிசளிக்கப்பட்ட புத்தகம்தான் அவருக்கு இரண்டாவது அற்புதமாக விளங்கியது. பெரிய ஆய்வுக்கூடமோ அதிக செலவு பிடிக்கும் கருவிகளோ இன்றி, இந்த பிரபஞ்சத்தின் உண்மைகளை தனது கணித அறிவால் கண்டறிந்தார்.

வெல்லமுடியாத சக்தி பற்றி சர்.சி.வி.ராமன் தனது 82 வது வயதில் உரை நிகழ்த்தினார். அது இன்றும் என் ஞாபகத்தில் உள்ளது: என் முன்னே உள்ள இளைஞர்களே! பெண்களே... நான் உங்களுக்கு சொல்லிக்கொள்ள விரும்புவதெல்லாம்... எப்போதும் நம்பிக்கையையும் துணிவையும் இழந்துவிடாதீர்கள்.

உங்கள் முன் உள்ள சவாலை துணிச்சலான ஈடுபாட்டின் மூலமாகத்தான் வெற்றி பெற முடியும் என்று என்னால் உறுதிபட சொல்ல முடியும். இந்தியர்களின் சிந்தனை ஜெர்மன், வட ஐரோப்பியர்களுக்கு கொஞ்சமும் குறைந்தது அல்ல. நம்மிடம் இல்லாதது துணிச்சல் மட்டும்தான்.

நம்மை இயக்கும் சக்தியை பெற நாம் தவறிவிடுகிறோம். அது இருந்தால் நம்மை எங்கோ கொண்டு சென்றுவிடும். நமக்குள் ஒரு தாழ்வு மனப்பான்மை இருப்பதாகவே நான் கருதுகிறேன். இப்போது இந்தியாவுக்கு தேவைப்படுவதெல்லாம் நம்மை தோற்கடிக்கும் இந்த சக்திகளை அழிப்பதுதான். நமக்கு வெற்றிக்கான சக்தி வேண்டும்.

நம்மை சரியான இடத்துக்கு எடுத்து செல்கின்ற பாதை தேர்வு செய்கின்ற சக்தி வேண்டும்.இந்த பூமியில் மிகச்சிறந்த இடத்தை பெறக்கூடிய பெருமைமிகு நாகரிகத்தை சேர்ந்தவர்கள் என்று அங்கீகரிக்கும் சக்தி தேவை. இந்த வெல்ல முடியாத சக்திகளே நம்மை சரியான பாதைக்கு

அழைத்து செல்லும் என்றார் ராமன்.

எனவே நண்பர்களே அறிவு என்பது

அறிவு = கற்பனைத்திறன் + நேர்மை + துணிச்சல் + வெல்லமுடி-யாத சக்தி

மாணவப் பருவத்திலேயே இந்தகுணாதிசயங்களை வளர்த்துக் கொள்ள வேண்டும். ஆசிரியர்களும் கல்வியாளர்களும் உண்மையான அறிவு மாணவர்களிடம் சென்று சேர வேண்டும் என்று விரும்ப வேண்-டும்

உண்மையை மட்டுமே பேசவேண்டும்!

உண்மைக்கு இலக்கணமாக விளங்கும் டாக்டர் அப்துல் கலாம், உண்மையாக நடந்து கொள்வது எப்படி என்பதற்கு இங்கு அழகிய கதையை சொல்கிறார்.

ஆயிரம் ஆண்டுகளுக்கு முன்பு, சிறந்த துறவியான ஷேக் அப்துல் காதர் அல்-ஜிலானி வாழ்க்கையில் நிகழ்ந்த கதையை, தற்போது நான் உங்களுக்கு சொல்லப் போகிறேன். ஒரு நாள் சிறுவன் அப்துல் காதர் தனது வீட்டுக் கூரையின் மேல் ஏறிக்கொண்டான். அங்கிருந்து பார்க்-கையில் ஏராளமான மக்கள் அரபி மலைக் குன்றுகளில் இருந்து திரும்பி வந்துக்கொண்டிருப்பது தெரிந்தது. அவர்கள் அந்த இடத்தில் இருந்து ஆயிரக்கணக்கான மைல் அப்பால் இருக்கும் மெக்காவுக்கு ஹஜ் பயணமாக சென்று, திரும்பி வருகிறார்கள்.

குழப்பமடைந்த அப்துல் காதர் தனது அன்னையிடம் சென்று, அறி-வுத் திறனை வளர்த்துக் கொள்வதற்காக பாக்தாத் செல்ல அனுமதி கேட்டான். புனித அழைப்பை அந்தத் தாய் புரிந்துகொண்டார். காதர் உடனே பாக்தாத் செல்ல அனுமதித்தார். தனது தந்தையிடமிருந்து அவன் பங்காக பெறப்போகும் நாற்பது தங்க நாணயங்களையும் தாய் அச்சிறுவனிடம் அளித்தார்.

அவனை வழியனுப்புவதற்காக கதவு அருகே வந்த அந்த தாய், என்னருமை மகனே! நீ போகிறாய்! இறுதித் தீர்ப்பு வரும் நாள் வரை நான் உன்னை பார்க்க போவதில்லை என்றாலும் அல்லாவுக்காக உன்-னிடமிருந்து இருந்து என்னை பிரித்துக் கொண்டேன். ஆனால் என்-னிடமிருந்து ஒரு அறிவுரையை நீ எடுத்துச் செல்ல வேண்டும். என் மகனே, நீ எப்பொழுதும் உண்மையை உணர வேண்டும், உண்மையே பேச வேண்டும் உனது வாழ்க்கையைப் பணயம் வைக்க நேரிடினும்

உண்மையையே பரப்ப வேண்டும் என்று கூறினார்.

அப்துல் காதரும் மற்றவர்களும் சிறிய வண்டிகளில் குழுவாக பாக்தாத்தை நோக்கி பயணித்தானர். வண்டிகள் கடினமான நிலபரப்பை கடந்து செல்லும் போது, குதிரைகளில் திடிரென வந்த கொள்ளையர் கூட்டம் அவர்களை தாக்கி பொருட்களை கொள்ளையடித்தது. யாரும் அச்சிறுவனை பொருட்படுத்தவில்லை. கொள்ளையர்களில் ஒருவன் அப்துல் காதரை கவனித்து ஏய் சிறுவனே, பாவம் நீ ! உன்னிடம் ஏதாவது இருக்கிறதா? என்று கேட்டான். அப்துல் காதர், ஆமாம். என் தாயார் 40 பொற்காசுகளை என் சட்டையின் உள்பகுதியில் தைத்து வைத்துள்ளார் என்று பதில் அளித்தான்.

அதை கேட்ட கொள்ளையன், நகைச்சுவைக்காக காதர் அவ்வாறு சொல்வதாக எண்ணி புன்னகைத்தான். அவனை ஒன்றும் செய்யாமல் விட்டுவிட்டுச் சென்றான். கொள்ளையர் தலைவன் அங்கு வந்தபோது, இந்த பையனை அவனிடம் கொண்டு சென்றனர். இந்த பையன் சொல்கிறான் இவனிடம் 40 பொற்காசுகள் உள்ளனவாம்.

பயணிகள் அனைவரையும் கொள்ளையடித்து விட்டோம். ஆனால் இவனைத் தொடக்கூட இல்லை. இவனிடம் பொற்காசுகள் உள்ளதை யாராவது நம்புவார்களா? என்று ஒரு கொள்ளையன் சொன்னான். கொள்ளையர் தலைவன் மீண்டும் அப்துல்காதரை கேட்க, அவன் அதே பதிலை சொன்னான். தலைவன் அவனை அருகில் அழைத்து சட்டையை ஆராய, சிறுவன் சொன்னவாறு பொற்காசுகள் சட்டையின் உள்பகுதியில் தைக்கப்பட்டு இருந்தன.

அதிர்ச்சியுற்ற கொள்ளையர் தலைவன், எதனால் இந்த உண்மையை சொன்னாய்? என்று அப்துல் காதரை வினவ, வாழ்க்கையை இழக்கும் சூழ்நிலை வந்தாலும் உண்மையை மட்டுமே பேச வேண்டும் என்று என் தாய் சத்தியம் வாங்கிக் கொண்டார். 40 பொற்காசுகள்தானே, போகட்டும். என் தாயாருக்கு கொடுத்த வாக்கை மீறமாட்டேன். அவருக்கு நம்பிக்கை துரோகம் செய்ய மாட்டேன். அதனால்தான் உண்மையை கூறினேன், என்று பதில் அளித்தான்.

இதைக் கேட்ட கொள்ளையர்கள் விம்மி விம்மி அழுதனர். உனது தாயாரின் அறிவுரைக்கு இவ்வளவு மதிப்பளிக்கிறாயே! ஆனால் நாங்களோ, பல ஆண்டுகளாக எமது பெற்றோருக்கும், எம்மை படைத்தவனுக்கும் துரோகம் இழைத்துவிட்டோம். இன்று முதல் நீர்தான் எமது

தலைவர் என்று கொள்ளையர்கள் கூறினர். கொள்ளையடிப்பதை அன்று முதல் விட்டொழித்து திருந்தி வாழ்ந்தனர். ஷேக் அப்துல் காதர் அல்-ஜிலானி என்ற ஒப்பற்ற துறவி பிறந்ததையும் உலகம் கண்டது. ஒரு தாய் தனது குழந்தைக்கு உண்மையைப் பற்றி சொன்ன செய்தியில் துறவி உருவானார். மாணவர்கள் எப்போதும் உண்மையை பேச வேண்டும். அதன் வழி நடக்க வேண்டும். நீங்கள் பெரியவர்களாகும் போது, இந்த உண்மையே உங்களை காப்பாற்றும். உண்மை வழி நடக்கும் நாடு எளி-தில் முன்னேறும்.

யுத்தமில்லாத வாழ்வு வேண்டும்

இந்தியாவும் பிற வளர்ந்த நாடுகளைப் போல் போர்க்களத்தில் பலமிக்க நாடாக வேண்டும் என்று அக்னி ஏவுகணையையும் பிற அணு தொழில்நுட்பங்களிலும் ஆர்வம் செலுத்தியவர் டாக்டர் அப்துல் கலாம்.

வலிமை மிக்க நாடாக இருந்தாலும் நாமாக வலிய போருக்கு செல்-வதில் விருப்பம் இல்லாத டாக்டர் அப்துல் கலாம் யுத்தமில்லாத வாழ்-வுடன் வளர்ந்த நாடு லட்சியம் பற்றி எழுதியது இதோ...

கம்பராமாயணத்தில் மிகவும் பிடித்த பகுதி, வஷிஷ்ட மாமுனிவர் ராமனுக்கு முடிசூடும் விழாவின் முன் அறிவுறுத்திய காவிய அறிவுரை...

யாரொடும் பகை

கொள்ளலன் என்றபின்

போர் ஒடுங்கும்;

புகழ் ஒடுங்காது; தன்

தார் ஒடுங்கல் செல்லாது;

அது தந்தபின்

வேரொடும் கெடல்

வேண்டல் உண்டாகுமோ?

இதன் அர்த்தம், யாருடனும் பகைமை கொள்ளாவிட்டால், போர் இல்லாத நிலை உண்டாகும். போரின்மையால் மன்னனின் புகழ் மங்காது. மன்னனின் ஆட்சியும், மன்னனின் வாழ்வும் குறைபடாது. போரில்லா நிலைமை ஏற்பட்டுவிட்டால், எந்த ஒரு மன்னர் குலத்தையும் அடியோடு அழிய வேண்டும் என்று சபித்து கொண்டிருக்க மாட்டார்கள்.

போரில்லாத நாடு உலக அமைதிக்கு எவ்வளவு முக்கியம் என்பதை கம்பனின் கவிதை எல்லோருக்கும் என்ன அருமையாக உணர்த்துகிறது. யுத்தமில்லாத வாழ்வு உலகுக்கு மிக முக்கியம். அந்நிலையை நோக்கி

நாம் எல்லோரும் முன்னேற வேண்டும். இதேபோல் பயங்கரவாத நிகழ்-வுகள் நடந்துவரும் இந்நாட்களில் அமைதியான சூழ்நிலையை உரு-வாக்கும் வண்ணம் அனைவரும் செயல்பட வேண்டும்.

இறைவன் மனித குலத்தை சிந்திக்கும் திறனுடன் படைத்திருக்கிறார். இந்த சிந்திக்கும் திறனையும் ஆராய்ந்து உணரும் வலிமையையும் வளர்த்துக் கொண்டு மனிதன் தெய்வீக தன்மையை அடையலாம் என்-பது உன் ஆணை. இது மனித வாழ்வின் லட்சியம். ஒவ்வொரு மனி-தனுக்கும் மனிதகுல வரலாற்றில் ஒரு பக்கம் உண்டு. அந்த பக்கத்தை அனைவரும் புரட்டி பார்க்கும்படி சிறப்பிப்பது உங்களது செயல்களைப் பொறுத்தது.

கனவு
என்றன்று நாம் கணித்த
விமானங்கள், பூமியதிர யதிர
பாரிமா நகர் விண்ணில் இடியிடிந்த
மின்னலென ஏவுவோம்
கனவுகள் நனவாகும், நம்முள்ளங்கள்
ஒன்றுபட்டு உழைத்து உயர்வு காணில்

என்ற எனது கவிதை நாம் கனவு காண்பதை வலியுறுத்துகின்று. நாம் பேசினால் மட்டுமே போதாது. ஒவ்வொருவரும் செயலில் இறங்க வேண்டும். நீங்கள் அனைவரும் இன்றைக்கு ஒரு பக்கத்தில் எழுதிக் கொள்ளுங்கள். எந்த செயலுக்காக நான் நினைக்கப்படுபவனாக இருப்-பேன் என்பதை எழுதிக் கொள்ளுங்கள். அந்த செயல் உங்கள் எண்ண வடிவங்களுக்கு ஆக்கமும் ஊக்கமும் கொடுத்து இந்தியாவை வளர்ந்த நாடாக்கும். ஒவ்வொரு திட்டத்துக்கும் செயலுக்கும் எண்ண வடிவமும் செயல்வடிவமும் ஏதுவாக இது அமையும்.

மன எழுச்சி கொண்ட இந்திய இளைஞனே. இந்திய இளைஞியே, இல்லத்தரசிகளே, குடும்பத் தலைவர்களே பூமி தன்னத்தானே சுற்றும் போது, ஒரு நாள் பிறக்கிறது. பூமி சூரியனை ஒருமுறை சுற்றும்போது ஒரு வருடம் பிறக்கிறது. வினாடிகள் பறக்கும், மணித்துளிகள் பறக்கும், நாட்கள் பறக்கும், வருடங்கள் பறக்கும் அதை நாம் கட்டுப்படுத்த முடி-யாது.

ஆனால் பறக்கும் மணித்துளிகளை நாம் சரியான முறையிலேயே பயன்படுத்திக் கொள்ள தெரிந்து கொள்வோம். நம் நாட்டின் நூறு கோடி

இதயங்களையும் எண்ணங்களையும் இணைத்து நம்மால் முடியும் என்ற நம்பிக்கையை வளர்த்து நாட்டை வல்லரசாக்குவதே எனது எஞ்சிய வாழ்நாளின் லட்சியம்.

25 வயதுக்கு குறைவான 54 கோடி இளைஞர்கள் வாழும் ஒரே நாடு இந்தியாதான். இப்பூவுலகின் மிகப்பெரிய சொத்தாக இதையே கருதுகிறேன். இவர்களுக்கு நல்ல கல்வி, தலைமைப்பண்பு ஆகியவற்றை கற்றுக் கொடுத்து, நல்ல தலைவர்களாக உருவாக்க வேண்டும்.

சமுதாயத்தில் முக்கியமானவர்களிடமும் பொதுமக்களில் அனைத்து நிலையிலும் உள்ளவர்களிடம் எனது நேர்முக உரையாடல்களில் தேசிய வளர்ச்சியை இலக்காக கொண்டு செயல்பட வேண்டியதன் அவசியத்துக்கு முக்கியத்துவம் அளித்துள்ளேன். ஆந்திரா, உத்தரபிரதேம், மத்திய பிரதேசம் ஆகிய மாநிலங்களில் நதி நீர் இணைப்புகள் துவங்கியிருப்பது மிகவும் சாதகமான விஷயம்.

ஒரு முன்னேறிய நாடாக நமது தேசம் 2020க்குள் உருவாக வேண்டுமெனில் அதற்கான அளவீடாக தேச செழுமை குறியீடு உருவாக்கப்பட வேண்டும் என்றும் 2030ம் ஆண்டுக்குள் நம் நாடு முழுமையான எரிசக்தி சுதந்திரத்தை பெற வேண்டும்.

துவக்கப் பள்ளியிலேயே நல்லொழுக்கம்

நல்லொழுக்கத்தை அறிவுறுத்துபவர் நல் ஒழுக்கத்தை கடைபிடிப்பவராக இருக்க வேண்டும். அவ்வகையில் டாக்டர் அப்துல் கலாம் தனிநபர் நல்லொழுக்கத்தை கடைபிடித்து சிறந்து விளங்குகிறார்.

அவர் ஜனாதிபதியாக இருந்த போதிலும் அதற்கு முன்பும் பின்பும் அவர் மிகச்சிறந்த மனிதராக தன்னை வெளிப்படுத்தியுள்ளார்.

அவரது கருத்துக்கள் மாணவர்களுக்காக இங்கே...

மாணிக்கவாசகர் எழுதிய திருவாசகம் எனும் அருமையான படைப்பை உங்களுடன் பகிர்ந்து கொள்கிறேன்.

வானாகி மண்ணாகி வளியாகி ஒளியாகி

ஊனாகி உயிராகி உண்மையுமாய் இன்மையுமாய்

கோனாகி யான் எனது என்று அவரவரை கூத்தாட்டு

வானாகி நின்றாயை என் சொல்லி வாழ்த்துவேன்

வேதாந்த மகரிஷி அவர்களின் ஞானமும் வாழ்வும் எனும் புத்தகத்தை படித்தேன். அதில், பரமாணுக்கள் கூடிய கொத்து நிகழ்ச்சி அணுவாக (ஆட்டம்) வெளிப்படுகிறது, அணுக்கள் பல இணைந்து

கொத்து நிகழ்ச்சி பேரணு (மாலிக்யூல்) எனப்படுகிறது. பேரணுக்கள் பல இணைந்த நிகழ்ச்சியே சிற்றறை (செல்) எனப்படுகிறது. சிற்றறைகள் இணைந்த பல கொத்து நிகழ்ச்சிகள்தான் பல தோற்றங்கள். கோள்கள், பூமி, உயிர்கள் யாவுமே அணுக்கள் கூடி இயங்கும் கொத்து நிகழ்ச்சி-களே. இதைப் படித்தவுடன் பாரதியாரின் பாஞ்சாலி சபதத்தில் உள்ள சரஸ்வதி வணக்கம் என் கண் முன் தோன்றுகிறது.

இடையின்றி அணுக்களெலாஞ் சுழலுமென

இயல்நூலார் இசைத்தல் கேட்டோம்

இடையின்றி கதிர்களெலாஞ் சுழலுமென

வானுலார் இயம்புகின்றார்

இடையின்றி தொழில்புரிதல் உலகினிடைப்

பொருட்களெல்லாம் இயற்கையாயின்

இடையின்றி கலைமகளே நினதருளில்

எனதுள்ளம் இயங்கொணாதோ?

இதனுடைய அறிவியல் கருத்தைப் பார்க்கும் போது அணுக்களில் பரமாணுக்கள் ஒன்றையொன்று சுற்றி வருகின்றன. நம் பூமி கதிரவனை சுற்றி வருகிறது. இதுபோல் கதிரவன், பூமி எல்லாமே சுழற்சியின் இயக்-கத்தில், நமது அண்டசராசரத்தில் சுழன்று கொண்டே இருக்கின்றன. இச்சுற்றல்கள் ஓயாது ஒழியாது நடந்து கொண்டேயிருக்கின்றன. அதே போல் நாமும் ஓயாது, துவளாது முயற்சி செய்தால் இறையருளால் நம்-நாடு மிக விரைவில் வளர்ந்த நாடாக உயரும் என்பதில் எள்ளளவும் ஐயமில்லை. பாரதியார் ஒரு விஞ்ஞானி போல் கவிதை பாடுகிறார். நம் உள்ளங்கள் சிலிர்க்கின்றன. மகரிஷி சொல்கிறார்... "பரமாணுக்களும் அவற்றின் கொத்து நிகழ்ச்சிகளும் பல்வேறு கட்டங்களை அடைந்து அவை சேர்ந்து இணைந்து இயங்கும் விளைவாக உருவம் ஒலி, ஒளி, சுவை, மனம் என்ற ஐவகை நிகழ்ச்சிப் பிரிவுகள் உண்டாகின்றன. எந்த கட்டத்தில் எந்த நிகழ்ச்சி உண்டாகிறது என்று கணித்த முற்கால அறி-ஞர்கள் ஒவ்வொரு கட்டமாக பிரிந்து விண், காற்று, நெருப்பு, நீர், நிலம் என்ற பஞ்சபூத தத்துவ இலக்கணமாக கொண்டார்கள்." இந்த கருத்து எனக்கு மிகவும் பிடித்தமானது. மாணவர்களை சந்திக்கும் போதெல்லாம், இவற்றை நான் ஆங்கிலத்தில் அவர்களுடன் பகிர்ந்து கொள்வதுண்டு.

நல் ஒழுக்கம் என்பது முழு உலகத்துக்கும் பொதுவானது. உலகில் அமைதி நிலவ வேண்டுமென்றால், நாட்டில் சீர்முறை நிலவ வேண்டும். வீட்டில் சாந்தம் நிலவ வேண்டும். இதற்கெல்லாம் அடிப்படை காரணம் மனதில் நல் ஒழுக்கம் உதிக்க வேண்டும்.

ஒவ்வொருவரிடமும் நல் ஒழுக்கம் எப்படி உதிக்கும். இதை மூவ-ரால்தான் செய்ய முடியும். அவர்கள் மாதா, பிதா மற்றும் குரு. ஆரம்ப பள்ளி ஆசிரியர்தான் ஒழுக்கத்தை கற்பிப்பதில் சிறந்தவர். அங்கே தவறவிட்டால் அடுத்த இடம் ஆன்மிக மையங்கள்தான். இளமை-யில் பெறக்கூடிய நல் ஒழுக்கம்தான் முதுமை வரை நம் துணை நிற்-கும்.மாணவ மாணவிகள் கீழ்க்கண்ட பத்து உறுதிமொழியை தவறாது கடைபிடிக்க வேண்டும். நான் எனது வாழ்க்கையில் நல்ல லட்சியத்தை மேற்கொள்வேன்.

நன்றாக உழைத்துப் படித்து என் வாழ்க்கை லட்சியத்தை அடைய முற்படுவேன். நான் எனது விடுமுறை நாட்களில் எழுதப் படிக்கத் தெரி-யாத ஐந்து பேருக்காவது எழுதப்படிக்க சொல்லித் தருவேன். என் வீட்-டிலோ அல்லது பள்ளியிலோ குறைந்த பட்சம் ஐந்து செடிகளையாவது நட்டு அதை பாதுகாத்து மரமாக்குவேன்.

மது, சூதாடுதல் மற்றும் போதை பழக்கங்களுக்கு ஆளாகி துயருரும் ஐந்து பேரயாவது மீட்டு அதிலிருந்து நல்வழிப்படுத்த முயற்சி செய்-வேன். துயர்படும் ஐந்து பேரை சந்தித்து அவர்களுக்கு ஆறுதல் அளித்து அவர்களது துயரை துடைப்பேன்.

நான் ஜாதியின் பெயராலோ மதத்தின் பெயராலோ மொழியின் பெய-ராலோ எவ்வித பாகுபாடும் பாராட்டாது எல்லோரிடமும் சமமாக நடந்து கொள்வேன்.

நான் வாழ்க்கையில் நேர்மையாக நடந்து கொண்டு மற்றவர்களுக்கு எடுத்துக்காட்டாக இருக்க முயல்வேன். என் தாய் மற்றும் தாய்நாட்டை நேசித்து பெண்குலத்துக்கு உரிய மரியாதையையும் கண்ணியத்தையும் அளிப்பேன். நான், நாட்டில் அறிவு தீபத்தை ஏற்றி அணையா தீபமாக சுடர்விட செய்வேன்.

காலம் நமக்கு சாதகம்...

இந்தியாவின் வளர்ச்சி கிராமப்புறங்களில்தான் இருக்கிறது என்றார் காந்தியடிகள். கிராமப்புறங்கள் வளர்ந்தால் இந்தியா வல்லரசாகிவிடும் என்கிறார் டாக்டர் அப்துல் கலாம்.

கிராமங்கள் முன்னேறாமல் நாம் முழு வளர்ச்சியைப் பெற்றுவிட முடியாது. வல்லரசு கனவு காணும் அனைவருக்குமான கலாம் வகுக்கும் பாதை இதோ...

ஒரு நாட்டின் முன்னேற்றம் அதன் பொருளாதார வளர்ச்சியிலும், அந்நாட்டின் பாதுகாப்பிலும் தான் அடங்கியிருக்கிறது. நாட்டின் முன்-னேற்றத்திற்கு போட்டித்தன்மை மிக்க பொருட்களை உற்பத்தி செய்து ஏற்றுமதி செய்வது இன்றியமையாதது. இருபத்தியோராம் நூற்றாண்டு உலகத்தில் சமூகங்களின் முக்கிய மூலதனம் பணமோ, தொழிலாளர்க-ளின் அளவோ அல்ல. மாறாக அறிவே முக்கியமான ஒன்றாக மாறி-விட்டது. சமூகத்தில் அறிவாற்றலின் சீரான வளர்ச்சி மற்றும் அதன் முறையான பயன்பாட்டின் மூலம் வாழ்க்கைத் தரத்தையும் நாட்டின் பொருளாதாரத்தையும் உயர்த்த முடியும்.

சுகாதாரம், கல்வி, கட்டமைப்பு முதலிய அளவீடுகளைக் கொண்டு வாழ்க்கைத் தரத்தை அளக்கலாம். நம் கனவு முன்னேறிய இந்தியா. அதற்கு அடிப்படைத் தேவை அறிவுசார் சமூகம். இந்தியாவில் இயற்கை வளங்களுக்கும், மனித வளத்துக்கும் பஞ்சமேயில்லை. நம் நாட்டிற்-கென்று சில முக்கிய போட்டித்தன்மைகள் உள்ளன. நம் நாட்டின் மக்கள்தொகையைச் சுமையாக எண்ணக்கூடாது. ஆனால், இவை அனைத்தும் தனித்தனியான குழுவாக சிதறிக்கிடக்கின்றன.

இன்றுள்ள இந்தியர்களும் இந்த எண்ணிக்கையை அதிகரிக்கப் போ-கிற நாளைய மக்களும் சமுதாய உயர்வு காணாத வரை நம் நாட்டை நாம் முன்னேறிய நாடாக கருதிக் கொள்ள முடியாது. நம் மக்கள் அனைவரும் பாதுகாப்பான மகிழ்ச்சி அளிக்கக்கூடிய ஒரு நிகழ்கா-லத்தைப் பெற்றிருப்பதுடன் சிறந்த ஓர் எதிர்காலத்தை முன்னோக்குகிற நிலையில் இருக்க வேண்டும்.

அத்தகைய வளர்ச்சியுற்ற இந்தியாவைத்தான் நாம் எதிர்பார்க்கிறோ-ம். வளர்ந்து கொண்டிருக்கும் நாடு வளர்ச்சியுற்ற நாடாக வேண்டும் எனில், தன் பொருட்களை பல்வேறு நாடுகளிலும் சந்தைப்படுத்த வேண்டும். போட்டித்திறன்தான் பொருளாதார வளர்ச்சியை தீர்மானிக்-கும். பொருளின் தரம், நல்ல பலன் தரக்கூடிய விலை, குறித்த நேரத்தில் தேவையைப் பூர்த்தி செய்வது ஆகியனவாகும்.

வளர்ந்து கொண்டிருக்கிற, வளர்ச்சியுற்ற நாடுகள் தங்கள் பொருட்-களை சந்தைப்படுத்துவதில் கொண்டிருக்கும் போட்டியிடும் ஆற்றல்தான்

முன்னேற்ற விதி என்பது. வளர்ச்சியடைந்த இந்தியா என்பதன் பொ-ருள், நம் நாட்டின் பொருளாதாரத்தை உலகிலேயே மிகப்பெரும் பொரு-ளாதார நிலைக்கு மாற்றுவதுதான். மக்கள் வறுமை கோட்டுக்கு மேலாய் வாழ வேண்டும்.

அவர்களுடைய கல்வியும் ஆரோக்கியமும் உயர்தரமாக இருக்க வேண்டும். இந்தியாவின் கிராமங்களுக்கு நகரங்களைப் போன்ற வசதி-கள் கிடைக்கிற போதுதான் நாம் முன்னேறிய நாடாக ஆவோம். அப்-போதுதான் கிராமங்களிலிருந்து நகரங்களுக்கு மக்கள் இடம்பெயரும் வீதம் குறையும். வேலைவாய்ப்புகள் நகரங்களில் அதிகம் என்பதால், மக்கள் கிராமங்களிலிருந்து நகரங்களுக்கு குடிபெயரத் தொடங்கிவிட்-டனர்.

பெரும்பாலான நகரங்களில் 50 சதவீதத்துக்கும் மேல், குடிசைப்-பகுதிகளாகவும், வசதியற்ற தன்மைகளுடனும் வாழத் தகுதியற்றதாக உள்ளன. அங்குள்ள மக்கள் புறநகர்ப்பகுதிகளில் வசிப்பதால் வேலைக்-குப் போய் வருவதிலேயே களைத்து சோர்ந்து விடுகிறார்கள். எனவே சாலை வளையங்கள் மூலம் கிராமத் தொகுப்புகளை இணைத்து ஒரு கிராமத்திலிருந்து இன்னொரு கிராமத்துக்கு போக்குவரத்தை எளிதாக்க வேண்டும். இதுபோன்ற நடவடிக்கைகள் கிராமங்கள் தன்னிறைவு அடைய செய்யும்.

தகவல்தொடர்பு தொழில்நுட்பம், விவசாயம், தொழிற்துறை மற்றும் சுகாதாரம் போன்ற துறைகளில் அறிவு உருவாக்கம் மற்றும் அறிவு குவித்தல் எவ்வளவு சிறப்பாக உள்ளது என்பதைக் கொண்டுதான் ஒரு நாடு வளர்ந்த அறிவுசார் சமூகம் என்ற நிலையை அடைந்துவிட்டதா என்று சோதிக்க இயலும்.

நம் நாட்டின் அடிப்படைப் படிப்பனைகளாக வல்லுனர் குழுக்களால் அடையாளம் காட்டப்படுபவை:

1. தகவல்தொடர்பு தொழில்நுட்பத்துறை

2. விண்வெளி ஆராய்ச்சி

3. பயோ-டெக்னாலஜி

4. வானிலை முன்னறிவித்தல் தொழில்நுட்பம்

5. நவீன தொலை மருத்துவம் மற்றும் தொலை கல்வி

ஆகிய அனைத்தும் தகவல் தொழில்நுட்பத்துறை எனும் பாலத்தால் இணைக்கப்பட்டுள்ளது.

நம் இந்தியா தகவல்தொடர்பு சமூகமாக மாறிக்கொண்டுவருகிறது. ஆனால் அறிவுசார் சமூகமாக மாற இத்துறையில் மட்டுமில்லாமல் பலமுனைகளிலும் தொழில்நுட்பத்தில் முன்னேற்றம் காணவேண்டும். அதற்கான சந்தர்ப்பங்கள் நமக்குச் சாதகமாக உள்ளன

புத்தகங்கள் என் நெருங்கிய நண்பர்கள்...

ஏராளமான புத்தகங்களை படிப்பவர் டாக்டர் அப்துல் கலாம். புத்தகங்களை நண்பர்களாக்கிக் கொள்ள வேண்டும் என்று கூறும் அவர் பல புத்தகங்களை எழுதியுள்ளார்.

கண்ணீரை துடைப்பதற்கும் மகிழ்ச்சியை பகிர்ந்து கொள்ளவும் புத்தகங்கள் துணையாக இருப்பதாக மாணவர்களிடம் கலாம் இங்கு மனம் திறக்கிறார்...

வடகிழக்கு மாநிலங்களான சிக்கிம், அசாம், மேகாலயா, மிசோரம் ஆகிய பகுதிகளுக்கு நான் முன்பு சென்றிருந்தேன். அப்போது வடகிழக்கு மாநில மொழிகள் சார்ந்த பல இலக்கியவாதிகளையும், சிந்தனையாளர்களையும் நான் சந்தித்தேன். அவர்கள் இலக்கியப் படைப்புகளையும் தந்திருக்கிறார்கள். கலை நிகழ்ச்சிகளையும் உருவாக்கி இருக்கிறார்கள். மிசோராமில் தனிச்சிறப்பு வாய்ந்த ஓர் இசைநாட்டிய நிகழ்ச்சியைப் பார்த்து நான் நெகிழ்ந்து போனேன்.

அது போன்றே சிக்கிமில் நேபாளி, பூட்டியா, லெப்ச்சா என்ற மூன்று பிரிவினரின் ஒருங்கிணைந்த கலைகளையும் நான் கண்டேன். ஆற்றலும், அழகும் இசைந்திருந்த இசை, நாட்டியங்கள் ஒன்றுபட்ட மனங்களைச் சித்தரித்தது கண்டு நாங்கள் மிகவும் மகிழ்ந்தோம். அதுவும் சமுதாயத்தில் நிலவும் வேற்றுமைகளை முன்வைப்பது பொது இயல்பாக இருக்க, பன்முகப் பண்பாடுகள் ஒருமுகமாக இணைத்து வைக்கப்பட்டதில் எங்களுக்குப் பெருமகிழ்ச்சி.

அந்த நிகழ்வுகளில் மிக உன்னதமான ஓர் அனுபவம் மிசோராமில் ஏற்பட்டது. மிசோராமின் தலைநகரான ஐசாலிலிருந்து மாலை 4 மணிக்கு மேல் பொதுவாக விமானப் போக்குவரத்து இல்லை. ஆனால் எனக்கு ஐசாலில் இரவு 9.00 மணிவரை வேலை இருந்தது. அன்றிரவே டில்லி திரும்ப வேண்டிய அவசியமும் இருந்தது. எனவே, நம் விமானப்படையினர் அந்த இரவு நேரத்தில், விமானம் புறப்படுவதற்குத் தேவையான குறைந்தபட்ச ஏற்பாடுகளைச் செய்து முடித்திருந்தனர்.

விமான நிலையத்துக்கு என் குழுவினருடன் நான் வந்து சேர்ந்தேன். கவர்னர், முதல்வர் மற்ற அரசு அலுவலர்களும் வந்து சேர்ந்தனர். அப்-போது அங்கே சூழ்ந்திருந்த இருட்டில், விமானத்தில் எரியும் விளக்கு வெளிச்சத்தை மட்டுமே உதவியாகக் கொண்டு ஓர் அரிய காட்சி நிகழ்-வதை நான் கண்டேன். விமானத்தின் அருகில், பாதுகாப்பான தூரத்தில் இசைக் கருவிகளோடு ஒரு பாடகர் குழு காத்திருந்தது.

என்னைக் கண்டவுடன், அவர்கள் மிசோராமின் கவிஞர் ரோகுங்கா இயற்றித் தந்திருந்த ஒரு மிக இனிய, அழகிய பிரிவு உபசாரப் பாட-லைப் பாடத் தொடங்கினார்கள். அந்தப் பாடலுக்குப் 'பிரிவின் உலகம்' என்று தலைப்பிடப்பட்டிருந்தது.

அதன் பொருள்:

'கனத்து விம்மும் இதயத்தோடு

பிரிகிறோம் நாம் இப்போது

நாம் வாழும் உலகத்தில் 'பிரிவு' என்பதை

தெய்வப் பிதாவோ விதித்து விட்டார்

ஆனால் இதனினும் சிறந்த உலகில்

நிச்சயம் வாழவே படைக்கப்பட்டுள்ளோம்

வேதனைப் பிரிவுகள் ஏதுமில்லாத

அழியா நகரொன்றில் வாழ்வோம் நாம்'

இந்தியாவின் எல்லையற்ற வாழ்வின் அழகிலும், பாடலின் உணர்ச்சி ததும்பும் இசையிலும், நம் பன்முகக் கலாசாரத்திலும், அவை ஒன்றுபடும் இந்தப் பெரிய நாட்டின் உள்ளத்தொருமையிலும் நான் நெகிழ்ந்து போ-னேன். பாரதிய ஞானபீடம் இந்த உண்மையை நெருங்கியுணர்ந்து, நம் அரசியல் அமைப்பின் 8-ஆவது பிரிவில் அங்கீகரிக்கப்பட்ட இந்திய மொழிகள் அனைத்திலும் சாதனை நிகழ்த்திய எழுத்தாளர்களை மதித்-துப் போற்றுவது எனக்கு மகிழ்வூட்டுகிறது.

1950-களில் சென்னை மூர் மார்க்கெட் பழைய புத்தகக் கடையில் 'Light from Many Lamps' என்ற புத்தகத்தை நான் வாங்கினேன். ஒரு கட்டுரைப் போட்டியில் பரிசாக மு. வரதராசனாரின் 'திருக்குறள் - தெளிவுரை ' எனக்குக் கிடைத்தது. இந்த இரண்டு நூல்களும் என் நெருங்கிய நண்பர்கள் ஆகிவிட்டன. ஐம்பதாண்டுகளுக்கும் மேலாக அவை என் தோழர்கள்.

பலமுறை என்னை உருவாக்கிக் கொள்ளும் அளவுக்கு அவை படித்துப் படித்துப் பழையதாகி விட்டன. எப்பொழுதாவது எனக்குச் சிக்-கல்கள் எழுந்தால், இந்த நூல்கள் தந்த மகத்தான மனங்களின் அனு-பவங்களால் என் கண்ணீர் துடைக்கப்படுகிறது. மகிழ்ச்சி நம்மை இன்-பத்தில் மூழ்கடிக்கிற போதோ, அவை நம் மனதை மெலிதாய் வருடி நம்மைச் சமநிலைக்குக் கொண்டு வருகின்றன. அடிப்படையில் புத்தகங்-கள் அமரத்துவம் வாய்ந்தவை.

வளர்ச்சியடைந்த இந்தியா என்பது பொருளாதார வளர்ச்சியை மட்-டுமே குறிக்காது. இந்தியக் கலை, இலக்கியம், மனித நேயம், மாண்பு-மிக்க சிந்தனைகள் எல்லாவற்றுக்கும் மேலாக அதன் ஐயாயிரம் ஆண்-டின் வளமான பாரம்பரியம் அனைத்தின் ஒன்றுபட்ட வளர்ச்சியையும் அது குறிக்கும்.

<u>டாக்டர் ஏபிஜே அப்துல்கலாம்சிறப்பு கட்டுரைகள்-1</u>

டாக்டர் ஏபிஜே அப்துல்கலாம் பிறந்த தினம் அக்டோபர் 15 மாணவர்கள் தினமாக கொண்டாடப்படுகிறது.இந்தியாவின் ஏவுகணை-யின் தந்தை மற்றும் அறிவியலாளர் அத்துடன் நாட்டின் 11 வது இந்திய குடியரசு தலைவராக இருந்து நாடு முழுவதும் இலட்சக் கணக்கான மாணவர்களை சந்தித்து கனவுகளை விதைத்துள்ளார் .

நான்

வாசகர்ளால் நான்
வாசகர்களுக்காக நான்

முற்போக்கு எழுத்தாளர் வி.எஸ்.ரோமா – கோயம்புத்தூர்
+91 82480 94200
20 புத்தகங்கள் எழுதியுள்ளேன்
விருதுகள் பல பெற்றுள்ளேன்.
கதை , கவிதை, கட்டுரை, நாவல் பொன்மொழி, நாடகம்
எழுதுவேன்.

என்
எழுத்து
என் மூச்சுள்ள வரை
என் வாசிப்பே
என் சுவாசிப்பு

என்றும்
எழுதிக் கொண்டிருக்க வே
என் ஆசை

நான் திருமணமே செய்து கொள்ளாத பெண்மணி என்பதில்
எனக்கு மகிழ்வே.

என் எழுத்துக்கு முழு ஒத்துழைப்பு கொடுப்பவர்கள் என்
பெற்றோர்களே.

தந்தை
கா சுப்ரமணியன் _ தாசில்தார் - ஓய்வு

தாய்.
சு. கிருஷ்ணவேணி

என் பெற்றோர்களே
என்
எழுத்துக்கும்
எனக்கும் முழு ஒத்துழைப்பு தருகின்றவர்கள் என்பதில்
எனக்கு மகிழ்ச்சியே.

நான் ரோமா ரேடியோ
என்ற பெயரில் எஃப் எம் ஆரம்பித்துள்ளேன்.

என்
எழுத்து
என் ரோமா வானொலி மூலம்
எங்கும் ஒலிக்க
எட்டு திக்கும் ஒலிக்க
என் ஆவல்.

பெண்களை

பெரிதாக நினைத்துப்
பெரும் மகிழ்ச்சியடைந்து
பெருமைப் படுத்த வேண்டும்.

முற்போக்கு எழுத்தாளர்
வி.எஸ். ரோமா
Roma Radio
கோயம்புத்தூர்
+91 82480 94200